राजा राम मोहन राय

रा.वा. शेवडे गुरुजी

D1652019

मेहता पब्लिशिंग हाऊस

✳ **RAJA RAM MOHAN RAY**
by R.V. Shevade Guruji

✳ **राजा राम मोहन राय** / कुमार साहित्य
रा.वा. शेवडे गुरुजी

✳ © मेहता पब्लिशिंग हाऊस

✳ प्रकाशक
सुनील अनिल मेहता
मेहता पब्लिशिंग हाऊस,
१९४१, सदाशिव पेठ, माडीवाले कॉलनी, पुणे ३०.
☏ ०२०-२४४७६९२४
E-mail : info@mehtapublishinghouse.com
Website : www.mehtapublishinghouse.com

✳ प्रथमावृत्ती
सप्टेंबर, २०१७

✳ मुखपृष्ठ व आतील चित्रे
देविदास पेशवे

✳ ISBN 9789386745484

। ॐ तत्सत् एकमेवाद्वितीयम् ।

हे महामानवा, अल्प वयातच तू भाषाप्रभू झालास.

रूढींच्या जुलमाविरुद्ध तू प्रचंड बंड पुकारलंस.

तू आम्हाला सत्य धर्म सांगितलास.

अंधश्रद्धा झाडून टाकून आम्हाला डोळस बनवलंस.

हिंदी लोकांच्या वैचारिक गुलामगिरीस तू जोराचे धक्के दिलेस.

जुन्या शिक्षणाची निष्फलता दाखवून पाश्चात्य शिक्षणाचे महत्त्व पटवून दिलेस.

सतीची चाल प्राणपणानं झगडून तू बंद पाडलीस. हिंदी लोकही बुद्धिवान व
कर्तृत्वसंपन्न असू शकतात हे सिद्ध करून तू आमचा आत्मविश्वास वाढविलास.

देश कार्यासाठी तू इंग्रजी सत्तेविरुद्ध पार्लमेंटपर्यंत झगडलास.

आम्हाला आमच्या राजकीय हक्कांची जाणीव करून दिलीस.

समाजातील सर्व थरांत समता नांदावी म्हणून तू अहोरात्र झटलास.

हे आधुनिक भारताच्या जनका, तू एवढा श्रमलास की चिरनिद्रा घेण्यासाठी
भारताच्या भूमीवर येण्यास तुला उसंत मिळाली नाही.

तू समाजासाठी जगलास, समाजासाठी मेलास.

तुझी ही चरित कहाणी तुझ्या पावन स्मृतीस किशोर-किशोरींच्या वतीने मी आज
अत्यादराने अर्पण करीत आहे.

फुलठकुरानी राम मोहनकडून 'विष्णुस्तुति' पाठ करवून घेत होत्या. पाच वर्षांचा राम मोहन खणखणीत आवाजात म्हणत होता,

''शान्ताकारं भुजगशयनं,

पद्मनाभं सुरेशम् ।''

या शब्दांनी सुरू होणाऱ्या श्लोकाचे पहिले तीन चरण त्यानं म्हटले. चवथा चरण त्याला आठवेना. फुलठकुरानींनी 'वन्दे विष्णुं' असं सुचवताच राम मोहननं लगेच घाईनं तो श्लोक पूर्ण म्हणून दाखविला.

रमाकांतबाबू कचेरीतून परत आले. त्यांना पाहताच राम मोहनने 'विष्णुस्तुति' तशीच सोडून त्यांच्याकडे धाव घेतली. त्यांनी राम मोहनला उचलून घेतलं आणि त्याची पाठ थोपटत त्याला आत आणलं. राम मोहननं बाबूजींवर प्रश्नांची सरबत्ती सुरू केली.

''कुठून आलात? उशीर का केलात? पिशवीतून काय आणलंत? पायी आलात की घोडागाडीतून आलात?''

''अरे, थोडं थांब,'' बाबूजी म्हणाले, ''हात-पाय धुतो, चूळ भरतो, घोटभर पाणी पितो. मग तुझ्या सर्व प्रश्नांची उत्तरं देतो.''

रमाकांतबाबू बैठकीवर बसले. मग प्रेमळ पिता व लाडका पुत्र यांच्या सुखसंवादाला बहर आला. राम मोहननं विचारलं, ''कुठे गेला होतात?''

''शेतावर.''

''कशाकरता?''

''भाताची मळणी सुरू आहे.''

''कसं आहे भात?''

''भात छान आलं आहे. थोड्याच दिवसांत गोण्या भरून ते घरी येईल.''

पुन्हा राम मोहनला आणखी काही प्रश्न विचारण्याची ऊर्मी आली.

''सूर्य पूर्वेला का हो उगवतो?''

''पृथ्वी फिरते म्हणून. मोठा झालास म्हणजे कळेल तुला ते.''

''अंधार का पडतो?''

''प्रकाश निघून जातो म्हणून. आता आपण ही खिडकी झाकली तर काय होईल?''

''खोलीतला प्रकाश कमी होईल.''

''मग सगळ्या खिडक्या आणि दारं झाकल्यावर काय होईल?''

"गुडुप अंधार पडेल."

राम मोहनची तरल बुद्धी आणि चौकसपणा पाहून रमाकांतबाबूंना नेहमी आश्चर्य वाटायचं. आपल्या या मुलाला आपण खूप शिकवून मोठं करायचं, असा त्यांनी मनाशी निश्चय केला.

त्यांनी फुलठकुरानींना बोलावलं.

त्या येताच बाबूजी म्हणाले, "ऐकलंत का?"

"काय?"

"माझ्या मनात एक कल्पना आलीय."

"सांगा ना."

"राम मोहन मोठा हुशार आहे. घरी मौलवी बोलावून त्याला फारसी शिकवावं म्हणतो."

"इश्श ऽऽ! आपण वैष्णवपंथी ब्राह्मण. संस्कृत शिकवा त्याला. मी त्याचं बरंच पाठांतर करून घेतलं आहे. कसं छान केलंय त्यानं पाठ."

"ते खरं हो. पण, फारसी शिकल्याशिवाय मोठी नोकरी मिळत नाही. सरकार दरबारी मान मिळत नाही. माझे आजोबा फारसीत पारंगत होते, म्हणून तर नबाबसाहेबांनी त्यांना राय ही पदवी दिली. राम मोहननं मोठं व्हावं असं वाटत असेल, तर त्याला फारसी आलंच पाहिजे, याचाही विचार करा."

फुलठकुरानींनी अधिक विरोध केला नाही.

रमाकांतबाबूंच्या घरी येऊन एक मौलवी राम मोहनला फारसी शिकवू लागला. सलग तीन वर्षं रोज दोन-दोन तास याप्रमाणे हे शिक्षण चालू होतं.

वयाच्या आठव्या वर्षी जेव्हा राम मोहन उत्तम फारसी बोलू, वाचू व लिहू लागला तेव्हा मौलवींनी रमाकांतबाबूंना सुचवलं, "बाबूजी,"

"बोला मौलवीसाब."

"तुमच्या राम मोहननं हुशारीनं फारसी अवगत केली आहे. त्याला आता ती अधिक शिकण्याची गरज नाही. पण..."

"बोला मौलवीजी, अडखळू नका. पण काय?"

"मोठी हुद्द्याची नोकरी मिळण्यासाठी केवळ फारसीचा अभ्यास पुरा होत नाही. फारसीला अरबीची जोड आवश्यक असते. मी आपणास नम्रतापूर्वक सुचवतो की, माझ्या या लाडक्या शिष्याला आपण अरबी शिकवा."

मोठ्या खुषीत येऊन बाबूजी म्हणाले, ''मग त्याला काय हरकत आहे? उद्यापासून तुम्ही अरबी सुरू करा.''

''छे! छे! माझ्याकडून अरबी शिकण्यापेक्षा मी आपणास एक चांगला उपाय सुचवतो.''

''सुचवा ना. आपल्या सल्ल्याचा मी अवश्य आदर करीन. माता-पित्यांइतकंच गुरुजींचंही आपल्या विद्यार्थ्यांवर प्रेम असतंच की.''

इतक्यात फुलठकुरानीही तिथे उपस्थित झाल्या. त्या म्हणाल्या, ''मौलवीजी, काय आहे आपला सल्ला?''

''बहनजी, त्याचं असं आहे, पाटण्यात अरबीच्या शिक्षणाची फार चांगली सोय आहे. तिथे वसतिगृह आहे. मुसलमानांच्या मुलांप्रमाणे हिंदू मुलांनाही तिथे प्रवेश दिला जातो. नवाब सिराजुदौलांनी या संस्थेला मोठं वतन लावून दिलं आहे. आपण आपल्या राम मोहनला अरबीच्या अभ्यासासाठी पाटण्याला पाठवा. तिथले प्रमुख माझ्या परिचयाचे आहेत. मी पत्र देईन त्यांना.''

रमाकांतबाबू आणि फुलठकुरानी यांनी मौलवीजींचे मनापासून आभार मानले.

मौलवीजींच्या सल्ल्यावर रमाकांतबाबू बेहद्द खूष होते. फुलठकुरानी मोठ्या काळजीत पडल्या. रमाकांतबाबू म्हणाले, ''काळजी कसली करता?''

''मग काय करू? एकतर त्यानं संस्कृतचा अभ्यास करावा, असं मला मनापासून वाटतं. दुसरं म्हणजे एवढ्या आठ वर्षांच्या मुलाला पाटण्यासारख्या दूर गावी ठेवायचं!''

पत्नीचं सांत्वन करून धीर देत रमाकांतबाबू उत्तरले, ''असं पाहा, पंख फुटलेल्या पिल्लाला चिमणी घरट्यात किती काळ कोंडून ठेवू शकेल? राम मोहन मोठा व्हायला हवा ना? मग त्यानं पटण्यास गेलंच पाहिजे. अरबीचा अभ्यास केला पाहिजे. त्यामुळे त्याचा विरह तुम्ही सोसला पाहिजे.''

''ते ओघानंच आलं.''

''अहो, कृष्ण आई-वडिलांना सोडून सांदिपनी मुनींच्या आश्रमात गेला होता, हे विसरू नका. विश्वामित्रांना यज्ञात मदत करण्यासाठी दशरथानं कर्तव्यबुद्धीनं राम-लक्ष्मणांना जाऊ दिलं ना?''

''ते ठीक आहे हो. पण राम मोहन जाईल का?''

''आपण विचारू त्याला.''

घराच्या अंगणात मित्रांबरोबर खेळत असलेल्या राम मोहनला रमाकांतबाबूंनी बोलावून घेतलं आणि विचारलं, ''बेटा राम मोहन,''

''काय पिताजी?''

''मौलवीजी म्हणत होते...''

''काय म्हणत होते?''

''राम मोहन मोठा हुशार आहे.''

''मग आहेच मुळी. मुलगा कुणाचा!''

''आणि म्हणत होते की, अधिक हुशार होण्यासाठी अरबीच्या अभ्यासाकरता तुला पाटण्यास पाठवा.''

''मग पिताजी, मी अवश्य जाईन, अरबी भाषा शिकेन. मग अरबी पुस्तकं तुम्हाला फाडफाड वाचून दाखवीन.''

आणि झालंही तसंच. राम मोहन पटण्यास गेला. त्यानं तिथं तीन वर्षं अरबीचा अभ्यास केला. अनेक मुल्ला-मौलवींशी त्याचा परिचय झाला. मुसलमान मुलं व मुल्ला-मौलवी शांतपणे नमाज पढतात, मनोमनी अल्लाची करुणा भाकतात हे त्याला फार

आवडलं. तो आपल्या हिंदू मित्रांबरोबर जेव्हा मंदिरात जात असे, तेव्हा तेथील अनेक लहान मोठे देव, आरत्यांचा आवाज, भक्तांचा गोंगाट, देवळातली अस्वच्छता या सगळ्या गोष्टी पाहून त्याला वाईट वाटायचं. फारसी-अरबीच्या वाचनातून एक झालं. परमेश्वर एक आहे, तो सृष्टीचा निर्माता आहे, मनापासून त्याची भक्ती केली तर तो प्रसन्न होतो. जीवन जगण्याला तो बळ देतो. त्याच्या भक्तीसाठी शांततेची, मनाच्या एकाग्रतेची, शरीराच्या, मनाच्या, परिसराच्या स्वच्छतेची नितांत आवश्यकता आहे. जग दुःखानं, दारिद्र्यानं, रोगराईनं, विषमतेनं भरलेलं आहे. तरी मानवाला या सर्व गोष्टींपासून मोकळं करणं हीच खरी ईश्वराची भक्ती आहे. असा संस्कार फारसी, अरबीचा अभ्यास केलेल्या अवघ्या अकरा वर्षांच्या राम मोहनच्या मनावर झाला होता. चार दिवसांत परीक्षा पुरी होताच आपण लगेच राधानगरला परत येऊ, असं राम मोहननं वडिलांना कळवलं.

***

राम मोहनचं पत्र हाती पडताच फुलठकुरानींना आपल्या लाडक्याला केव्हा एकदा भेटेन असे झाले होते. रामाकांतबाबूंनाही आपला पुत्र अरबीत पारंगत होऊन येणार याचा आनंद झाला होता. परंतु जमीनजुमल्याची सरकार दरबारची त्यांच्यामागे इतकी कामे लागली होती, की त्याना चोवीस तासांचा दिवस पुरत नव्हता.

राम मोहन पाटण्याहून राधानगरास आला, तो केवळ ज्ञानानेच संपन्न झाला होता असे नव्हे, तर शरीराने सुदृढ आणि मनानेही कणखर झाला होता.

उंची वाढली होती. चेहऱ्यावर तेज आले होते.

आठ दिवसांत पाटण्याच्या आचार्यांचे राम मोहनच्या परीक्षेच्या संदर्भात एक पत्र आले. शेतीच्या कामावरून रमाकांतबाबूही नुकतेच परतले होते. ते मोठ्या खुषीत होते. फुलठकुरानींनी त्यांना विचारले, ''स्वारी आज अगदी खुषीत दिसते!''

''होय.''

''का बरं?''

''तुमच्यासाठी एक आनंदाची बातमी आणली आहे.''

इतक्यात रमाकांतबाबूंच्या नावचे आलेले पत्र राम मोहनने त्यांच्या हाती दिले. तो म्हणाला,

''पिताजी, आधी हे वाचा.''

रमाकांतबाबूंनी लिफाफा फोडला व पत्र मोठ्याने वाचण्यास सुरुवात केली.

माननीय रमाकांत राय यांसी

सा. न. वि. वि.

पत्र लिहिताना आनंद होतो की, तुमचा मुलगा राम मोहन पहिल्या श्रेणीत प्रथम क्रमांकाने उत्तीर्ण झाला आहे. या संस्थेच्या स्थापनेपासून असा हुषार विद्यार्थी आमच्या पाहण्यात नाही. युक्लिड आणि ॲरिस्टॉटल यांचे अरबीतील साहित्य त्याने वाचले आहे. इतकेच नव्हे तर, दोन मुसलमान मित्रांसमवेत त्याने पवित्र कुराणही समजून घेतले आहे. आता माझी आपणास नम्र सूचना की, तुमची जी धर्मभाषा संस्कृत ती त्याला शिकवा. म्हणजे सर्व धर्म समान आहेत, ही भावना त्याच्या मनात रुजेल. बनारसला संस्कृत आणि हिंदू धर्मशास्त्र शिकण्याची उत्तम सोय आहे, हे मी आपणास सांगण्याची जरुरी आहे, असे मला वाटत नाही. कळावे.

आपला,

प्राचार्य

पत्र वाचून संपताच रमाकांतबाबूंनी फुलठकुरानींकडे पाहिले. आपल्या मुलाने संस्कृत शिकावे, अशी इच्छा मनात बाळगणाऱ्या त्या प्रेमळ मातेला अत्यानंद झाला.

राम मोहन धिटाईने म्हणाला,

''पिताजी, माताजींच्या इच्छेनुसार आणि प्राचार्यांच्या अपेक्षेनुसार आपण मला बनारसला पाठवा. मी मन लावून संस्कृतचा अभ्यास करीन, हिंदू धर्मशास्त्र समजावून घेईन. मला माझा धर्म पूर्णपणे समजायला नको का?''

''शाब्बास बेटा, तू बनारसला जाशील अशीच मला खात्री होती. शेतीच्या कामाकरिता मला एखाद्या मुलाची जरुरी आहे. त्या कामी जगमोहन मला मदत करेल.''

''आपण आनंदाची बातमी सांगणार होतात ना?'' फुलठकुरानींने विचारले.

''हो ना! प्राचार्यांच्या या पत्राच्या गडबडीत ते राहूनच गेलं. एका चांगल्या जमीनदाराच्या मुलीशी मी राम मोहनचं लग्न ठरवून आलो आहे. आठ वर्षांची चिमुरडी चंद्रिका कशी सुरेख दिसते.''

राधानगरात मोठ्या थाटामाटात राम मोहनचं लग्न झालं. लगेच चार दिवसांतच तो बनारसला गेला.

पटण्याचे वातावरण आणि बनारसचे वातावरण यात राम मोहनला जमीन अस्मानाचे अंतर दिसून आले. संस्कृत शिकविणारे शास्त्रीपंडित, त्यांचा वेष, त्यांचे बोलणे, त्यांचे धर्मावरचे आंधळे प्रेम, त्यांचा धर्माबाबतचा आत्यंतिक अभिमान, क्षणा क्षणाला त्यांची दिसून येणारी रूढिप्रियता इत्यादी गोष्टींमुळे प्रारंभी राम मोहन पार गोंधळूनच गेला. त्याने आपल्या मनाची समजूत घातली की, 'आपण इथे खऱ्याखुऱ्या हिंदू धर्माचा मूळ संस्कृतातून अभ्यास करण्याकरिता आलो आहोत. या शास्त्रीपंडितांच्या वागण्याशी, त्यांच्या स्वभावाशी आपल्याला काहीच कर्तव्य नाही.'

बनारसमध्ये दोन अडीच वर्षे राहून वेदान्त आणि उपनिषदे राममोहनने समजून घेतली. हिंदू धर्म आणि त्याचा विकास त्याचा मनापासून अभ्यास केला. त्याची प्रगती पाहून वेदान्ती आणि धर्मपंडित थक्क होऊन गेले.

अडीच वर्षांनंतर आता अभ्यास करण्यासारखे काही उरले नाही, असे राम मोहनला

वाटले. त्याने राधानगरास परत जाण्याकरिता प्रधान अध्यापकांची अनुमती मागितली. ऐंशीच्या घरात आलेले वेदान्ती प्रधान अध्यापक राम मोहनच्या पाठीवरून हात फिरवीत म्हणाले,

"बेटा, धन्य आहे तुझी. मन लावून अभ्यास करणारा तुझ्यासारखा विद्यार्थी आजपर्यंत माझ्या आढळात आला नाही. तू खरा विद्यार्थी आहेस. जा, या ज्ञानाचा उपयोग, आपल्या अज्ञानी समाजाला सुधारण्यासाठी कर.''

"एका बाजूने हिंदू धर्मावर अन्य धर्मांची आक्रमणे होत आहेत, तर दुसऱ्या बाजूने हिंदू धर्म रूढींच्या गर्तेत अडकून पडला आहे. तू काय करावेस हे सांगण्याचा मला अधिकार नाही. तुझ्या मनाला पटेल तेच तू कर– लक्षात ठेव. मनाला फसवण्यासारखे जगात दुसरे पाप नाही.''

बनारसच्या वास्तव्यात काही बौद्धभिक्षू आणि ख्रिस्ती धर्मोपासक यांच्यासंबंधी राम मोहनने थोडेबहुत ऐकले होते. राधानगरास परत येताना त्याने ठरविले की, संधी मिळताच आपण बुद्धदेवाच्या बौद्ध धर्माचा आणि येशू ख्रिस्ताच्या ख्रिश्चन धर्माचा अभ्यास करायचा. त्याशिवाय पटण्याच्या प्राचार्यांनी म्हटल्याप्रमाणे 'सर्वधर्म समानत्व' मला पटणार नाही.

राधानगरास राम मोहन परत आला. आपला मुलगा धर्मशास्त्रपारंगत होऊन आला अशी फुलठकुरानी आणि रमाकांतबाबूची कल्पना.

पण राम मोहन अंतर्बाह्य बदलून गेला होता. अनंत शंकांचे काहूर त्याच्या मनात माजून राहिले. त्याच्या या परिवर्तनाची कल्पना बिचाऱ्या त्याच्या माता-पित्यांना कशी असणार?

चार दिवस आनंदात गेले. आपल्या शंकांचे निरसन करून घेण्याचे राम मोहनजवळ एकच ठिकाण होते आणि ते म्हणजे त्याचे पिताजी रमाकांतबाबू.

रात्रीच्या भोजनानंतर दोघांची बैठक भरे. फुलठकुरानीही त्यात भाग घेत. भाभी आलोकमंजिरी उत्सुकतेने ऐकत बसत. जगमोहनला मात्र यात काहीच रस नसायचा.

रात्रीच्या या भोजनोत्तर बैठका काही महिने चालल्या. पण त्यांनी त्या घरातील स्वास्थ्य आणि समाधान पार नाहीसे करून टाकले. राम मोहनच्या चौकस आणि चिकित्सक शंकांना रमाकांतबाबूंजवळ उत्तर नसे आणि आपला पती आपल्या पुत्रापुढे निरुत्तर होत आहे, हे फुलठकुरानींना आवडत नसे.

एके दिवशी सकाळी रमाकांतबाबूंकडे जाऊन राम मोहन आदरपूर्वक म्हणाला,
"पिताजी!''
"काय बेटा?''

“आजपर्यंत आपण चर्चाच केली.”

“होय. पण बेटा, एक गोष्ट लक्षात ठेव, या तुझ्या पाखंडी विचारांची वाच्यता बाहेर कुठं करू नकोस. नाहीतर आपली सनातनी उच्चवर्णी जमात तुला छळल्याशिवाय राहणार नाही.”

“पिताजी, तेच सांगण्याकरिता मी आलो आहे. तुम्ही माझ्या शंकांचं निरसन करू शकत नाही. माझे विचार मला समाजापुढे मांडायचे आहेत. मला विद्वानांबरोबर चर्चा करायची आहे. मी गप्प बसणार नाही. मला वाटते की, देव एकच आहे, तेहतीस कोटी नाहीत. मला मूर्तिपूजा मान्य नाही. बोकडबळी, नरबळी हे सर्व थोतांड आहे. हिंदू धर्मात शिरलेल्या असंख्य दुष्ट रूढी मला मान्य नाहीत. माझा चमत्कारांवर विश्वास नाही. मी धर्म इतकाच मानतो की, देव एक आहे. तो प्रार्थनेने प्रसन्न होतो. त्याच्या प्रसन्नतेने आत्मबळ येते. या आत्मबळावरच माणसांनी आपली संकटे धैर्याने, चिकाटीने, स्वसामर्थ्याने दूर करायची असतात.”

“बेटा, तुझी मला भीती वाटते.”

“का बरं?”

“माझ्या मते हे धर्मविरोधी आहे. ही बंडखोरी आहे. या घरात राहून तुला या गोष्टी करता येणार नाहीत. तुला हे घर सोडावे लागेल.” मन निश्चयी करून ते पुढे म्हणाले, “आणि तू गेला नाहीस तर मला तुला हाकलून द्यावे लागेल.”

दोन दिवस रमाकांतबाबूंच्या घरी कुणालाच अन्न गोड लागले नाही.

माताजींचे मत पिताजींप्रमाणेच आहे, याची राम मोहनला खात्री पटताच त्याने घर सोडून जाण्याचे ठरविले.

घर सोडण्यासाठी राम मोहनने जेव्हा आपल्या घराचा उंबरा ओलांडला तेव्हा रमाकांतबाबूंनी त्याच्याकडे पाठ फिरविली. फुलठकुरानींनी चोरट्या नजरेने त्याच्याकडे पाहिले. भाभी आलोकमंजिरीच्या नेत्रांतून अश्रूंची सतत धार वाहत होती. ती ओठातल्या ओठात पुटपुटली, “देवरजी, देवरजी या उघड्या अमर्याद जगात तुमची काळजी कोण घेणार?” राम मोहनच्या छोट्याशा बायकोला भाभींनी आपल्या कुशीत घेतले होते. बिचारी खेड्यात वाढलेली, शिवाय इतकी लहान होती की, तिला यातले काही समजत नव्हते.

***

राम मोहनचा आपल्या मातापित्यांशी, विशेषतः पित्याशी वैचारिक मतभेद असला तरी, त्यांच्याबद्दल त्याच्या मनात नितांत प्रेम होते. घर सोडताना त्याला दुःख झाले. पण प्रेमापेक्षा, कौटुंबिक जीवनापेक्षा कर्तव्य, समाजसेवा अधिक महत्त्वाची आहे, अशी त्याची अढळ श्रद्धा होती. तो स्वाभिमानी होता, दृढनिश्चयी होता, कष्टशील होता. मनाला पटेल तेच करण्याची हिंमत बाळगणारा तो एक बंगालचा तेजस्वी सुपुत्र होता.

राम मोहन घराबाहेर पडला. थोड्या दिवसांनी त्याला बरेही वाटले. कारण आता तो मनपसंत वागायला मोकळा झाला होता.

सर्वच धर्म रूढीने पोखरलेले आहेत आणि त्यातल्या त्यात हिंदू धर्मात या गोष्टींचा अतिरेक झाला आहे, याची त्याला खात्री होती. बंगाल, बिहार, उत्तर प्रदेश येथे जाऊन त्याने मनमोकळ्या चर्चा केल्या. त्याच्या विचारांचे खंडन कोणी केले नाही. त्याचे समाधान कोणी केले नाही.

अशा वेळी तो मनात म्हणे, 'एवढे हे विद्वान पण नुसते पोपटपंडित आहेत. रूढींच्या आणि परंपरांच्या ढोंगाखाली अडकलेले. म्हणून धर्माच्या असल्या असत्य ओझ्याखाली बहुजनसमाजाने असेच भरडून निघायचे का? नाही, हे शक्य नाही, मला बंड केलेच पाहिजे.'

त्याच्या प्रवासामध्ये बौद्ध धर्माच्या समभावाबद्दल, उदारतेबद्दल त्याने विचार ऐकले. परिणामतः बौद्ध धर्माच्या अभ्यासासाठी तो तिबेटला गेला. एका परिचिताबरोबर त्याने एका बौद्ध भिक्षूची भेट घेतली. त्याला राममोहन म्हणाला, ''साधूमहाराज, मी धर्मानं हिंदू व जातीनं ब्राह्मण आहे.''

''मग आपण इथं कशासाठी आलात?''

''मला भगवान बुद्धाची शिकवण, त्याचा धर्म समजून घ्यायचा आहे.''

''तो का बरं?''

''त्याबद्दल मी खूप चांगलं ऐकलं आहे.''

''ठीक आहे तर. मी तुझी आणि लामांची भेट करून देतो.''

''हे लामा कोण?''

''लामा म्हणजे बुद्धाचा अवतार. लामा खूश म्हणजे बुद्धाची कृपा.''

लामांशी आणि लामांच्या शिष्यांशी राम मोहनने बराच वाद घातला. साधकबाधक पुष्कळ चर्चा केली. त्याला इथेही तोच गोंधळ दिसून आला. लामा बुद्धाचे अवतार असू

शकत नाहीत. लामाने घालून दिलेल्या रूढी खऱ्या बौद्ध धर्मास मान्य नाहीत, हे त्याला पटल्यावर तसा प्रचार त्याने तिबेटमध्येच सुरू केला.

त्याच्या प्रचारावर सनातनी बौद्ध भिक्षू नापसंती दाखवीत, प्रसंगी संतापही व्यक्त करीत. सरळ मनाच्या तिबेटी बौद्ध स्त्रियांना मात्र राम मोहनचे विचार आकर्षित करीत.

तिथे राम मोहनचे टीकास्त्र जसजसे प्रखर होऊ लागले, तसतशी त्याच्या मार्गात संकटामागून संकटे येऊ लागली. एका घरामध्ये स्त्रियांच्या आग्रहाने राम मोहन अन्नग्रहण करीत असता त्याच्यावर हल्ला करण्यासाठी, त्याला मारण्यासाठी लामांचे शिष्य सशस्त्र धावून आले. राम मोहनने चतुराईने प्रसंगावधान दाखविले नसते तर...

तिबेटी भगिनींनी त्याला लपविले व चोरट्या पाऊल वाटेने भारताच्या सीमेपर्यंत सोबत केली, म्हणूनच राम मोहन त्या वेळी सहीसलामत सुटला.

तरी राम मोहनच्या विचारधारेवर या प्रसंगाचा काहीही परिणाम झाला नाही. हिमालयात संन्यस्त वृत्तीने राहणाऱ्या साधुजनांबरोबर सत्यधर्म या विषयावर मनमोकळ्या चर्चा सुरू केल्या.

पण त्याचे समाधान कोणी करू शकले नाहीत.

राम मोहन आपल्या एक– ईश्वरी देवत्वाच्या कल्पनेशी अधिकच चिकटून राहिला.

असेच हिंडता हिंडता त्याला एक सद्गृहस्थ भेटले. राम मोहनला न्याहाळून ते म्हणाले, ''रमाकांतबाबूंचा राम मोहन का रे तू?''

''होय. पण आपण कोण?''

''मी त्यांचा एक जुना रयत. बेटा, तू असा रानावनात भटकतो आहेस आणि तुझे माता-पिता. तुझ्या विरहाने व्याकूळ झाले आहेत. त्यांच्यावर तुझं प्रेम नाही का रे?''

''असं कसं होईल चाचाजी?''

''मग जा बेटा, जा, ताबडतोब राधानगर गाठ आणि तुझ्या आठवणींत रडणाऱ्या माता-पित्यांना समाधान दे.''

कशाचाही विचार न करता राम मोहनने राधानगरचा रस्ता धरला.

वर्षभर घराबाहेर राहून अखेर राम मोहन परत आला याचा विलक्षण आनंद रमाकांतबाबूना आणि फुलठकुरानींना झाला. इतःपर राम मोहनशी चर्चा करायची नाही, वाद घालायचे नाहीत असे त्यांनी ठरविले.

घराबाहेर जाऊन राम मोहन राधानगरात आणि आसपासच्या भागात आपले विचार छोट्या सभा घेऊन मांडत असे. त्याच्या बोलण्याचा भर प्रामुख्याने,

– देव एक आहे.

– तो निराकार, निर्गुण आहे.

– तो प्रार्थनाप्रसन्न आहे.

– नैवेद्याची, पुजाऱ्याची गरज नसते, इत्यादी गोष्टींवर होता.

आसपासच्या गावचे सनातनी लोक राम मोहनवर चिडले. त्यांनी त्याच्याविरुद्ध रमाकांतबाबूंकडे तक्रारी केल्या.

अखेर लोकनिंदेपासून बचाव करण्यासाठी रमाकांतबाबूनी राम मोहनला जड अंतःकरणाने घर सोडण्याचा आदेश दिला.

नाईलाज म्हणून राम मोहन सपत्नीक काशीला गेला. तेथे त्याने धर्माचा विशेष अभ्यास करण्यास प्रारंभ केला. अभ्यासाच्या जोडीनेच जाणकारांबरोबर चर्चा-चिकित्सा सुरूच होत्या.

समाजातला तरुण वर्ग हळूहळू त्यांच्या विचारसरणीकडे आकर्षित होऊ लागला. काशी मुक्कामी विरहाने व्याकूळ झालेल्या माता-पित्यांचा, परत येण्याबद्दलचा निरोप राम

मोहनला मिळाला. निरोप हीच आज्ञा मानून राम मोहन परत आला; पण तो आता राधानगरास राहिला नाही. वडिलांच्या शेतीवाडीच्या एका छोट्याशा घरात त्याने वास्तव्य केले.

राम मोहनचे विचार त्याच्या स्वतःमधेच इतके भिनले होते की, तो भेटेल त्याच्याशी आपल्या विचारांचा प्रचार व प्रसार करीत असे.

या वेळी बऱ्याच धर्मपंडितांनी त्याच्याविरुद्ध मोठी आघाडी उघडली. त्याला छळायला सुरुवात केली. दिवसाढवळ्या त्याच्या घरावर दगड पडू लागले. रात्री त्याच्या घराभोवती फिरून ते भीतिदायक आवाज काढू लागले.

राम मोहनने स्वतःशी विचार केला की आता येथे राहण्यात काहीच अर्थ नाही. हे सनातनी कधी शहाणे व्हायचे नाहीत, तेव्हा या ग्रामीण भागातून बाहेर पडावे, हेच बरे.

असे ठरवून त्याने आणखी एकदा वडिलार्जित घराचा त्याग केला.

आता राम मोहनने आपल्या वयाची पंचविशी ओलांडली होती. त्याच्यावरची कौटुंबिक जबाबदारी वाढली होती. उत्पन्नाचे साधन मर्यादित होते. सनातनी मंडळींनी त्याच्यावर बहिष्कार घातल्यामुळे तो वरचेवर आर्थिक अडचणीत सापडत होता.

त्याने नोकरी करायचे ठरविले.

तरुण वर्गात त्याचे वजन वाढत होते. काही तरुण त्याचे चाहते बनले होते. त्यांच्यापैकी एक जण त्याला म्हणाला, ''भैय्या, काही काळजी करू नकोस.''

''का बरं?''

''अरे, माझे वडील कंपनी सरकारच्या नोकरीत आहेत. त्यांनी आपल्या ओळखीने दोन मुले कंपनीत लावली आहेत. मी माझ्या बाबांकडे तुझी शिफारस करतो.''

''मग छानच झालं.''

''नियमानुसार कंपनीचे अधिकारी तुझी मुलाखत घेतील त्यांच्याशी थोडं सांभाळून बोललास म्हणजे झालं.''

''काहीच हरकत नाही. तुझा विचार मला एकदम पसंत पडला.''

''आणि माझं ऐक,'' मित्र म्हणाला, ''नोकरी लागेपर्यंत तुझं धर्मप्रवचन आवरतं घे. एकदा नोकरीवर हजर झालास की मग साऱ्या कंपनी सरकारला तू जरी एकेश्वरी देवत्वाची दीक्षा दिलीस तरी त्याला माझी हरकत नाही.''

राम मोहनला कंपनी सरकारचे मुलाखतीसाठी बोलावणे आले. मुलाखत एकदम छान झाली.

चांगल्या पगारावर त्याची नोकरी सुरू झाली. इतकेच नव्हे तर त्याच्या हुशारीमुळे, प्रसन्न व्यक्तिमत्त्वामुळे त्याची आणि त्याचे वरिष्ठ अधिकारी डिग्बी यांची जिवलग मैत्री जमली.

***

राम मोहन आणि त्याचा मित्र कालिनाथ संध्याकाळी फिरायला जात असता दूर अंतरावरील एका पारावर लोकांची गर्दी झालेली त्यांना दिसली.

राम मोहन कालिनाथाला म्हणाला, ''अरे, ते पाहिलंस का?''

''होय, गर्दी दिसते. चल पाहू या तरी.''

कालिनाथ आणि राम मोहन त्या गर्दीजवळ आले, तो त्यांना एक निराळेच दृश्य दिसले. एक माणूस आपल्या पोतडीतून एक शंख बाहेर काढून त्याचा लिलाव करीत होता, तो ओरडत होता,

'बोला शंखाची किंमत. मूळ किंमत पाचशे रुपये. हा सुरेख सुंदर अभिमंत्रित शंख ज्याच्याजवळ असेल त्याच्या घरीदारी लक्ष्मीची कृपा होईल. त्याला अपार सुख व

राजवैभव प्राप्त होईल. त्याला काही कमी पडणार नाही.'

गर्दीतून लिलाव बोलले जात होते, "दोनशे! अडीचशे! तीनशे!"

कालिनाथ राम मोहनला म्हणाला, "राम मोहन, पाहिलास शंख किती सुंदर आहे?"

"होय. निसर्गानं त्याला गोड आकार दिलाय."

"तो विकत घ्यावा, असं फार वाटतंय."

"का बरं?"

"अरे, मग पैशाला काय तोटा?"

राम मोहनची विवेकबुद्धी जागी झाली तो म्हणाला, "कालिनाथ, तू वेडा झाला आहेस. थांब. शंखविक्यादेखील एक महाशंख आहे हे मी दोन मिनिटांत सिद्ध करून दाखवितो."

गर्दीतून मार्ग काढीत राम मोहन त्या शंखविक्याकडे गेला आणि म्हणाला, "हा शंख विकून तू पाचशे रुपये मिळविणार आहेस, आणि हजारो रुपये देणारा हा शंख म्हणजे जर तुझ्या म्हणण्याप्रमाणे मूर्तिमंत लक्ष्मीदेवीच असेल, तर ती तू तुजजवळच का ठेवत नाहीस? उगीचच या लोकांना फसविणारा तू लुच्चा शंखोबा असला पाहिजेस."

राम मोहनचा हा तर्कशुद्ध विरोध पाहून बघ्यांची अधिक करमणूक झाली. त्यांनी मोठ्याने टाळ्या पिटल्या. त्या टाळ्यांच्या कडकडाटात त्या शंखोबाने कोठे पोबारा केला, हे कोणालाच कळले नाही.

गर्दीवाल्यांपुढे राम मोहनने थोडक्यात विचार मांडले- "बाबांनो, धर्माच्या नावाखाली हे लुच्चे लोक आपल्याला फसवितात. कृपा करून यांना फसू नका. जो घाम गाळतो त्यालाच दाम मिळतो. श्रम हीच खरी लक्ष्मी आहे, हे विसरू नका."

ईस्ट इंडिया कंपनीत नोकरी करता करता फावल्या वेळात लोकजागृती करण्याची एकही संधी राम मोहनने दवडली नाही. नोकरीत राम मोहन स्वतः गुणांच्या जोरावर उच्च पदावर पोचला. आता तो सामान्य राम मोहन राहिला नाही, तर ईस्ट इंडिया कंपनीचा प्रतिष्ठित अधिकारी, दिवाणसाहेब राम मोहन राय झाला होता.

सर्वच जण आता त्याना राम मोहन राय म्हणून बहुमानार्थी संबोधू लागले.

नोकरीमध्ये राम मोहनांचा डिग्बीसाहेबांना फार उपयोग होत असे. बदलीमुळे डिग्बीबरोबर रामगड, भागलपूर, रंगपूर येथे राम मोहन गेले. नोकरीच्या काळात दीड-दोन वर्षांत त्यानी इंग्रजी भाषा आत्मसात केली. अल्पावधीत इंग्रजी भाषेवर त्यांनी मिळविलेले प्रभुत्व पाहून डिग्बीसाहेब चकित झाले.

राम मोहननी एक छोटेखानी, आपल्या सुधारणावादी विचारांची दिशा दाखविणारे एक

सुंदर पुस्तक इंग्रजीत लिहिले. ते पुस्तक जेरेमी बेंथॅम नावाच्या कंपनीतल्या एका साहित्यप्रेमी इंग्रजी विद्वानाच्या वाचनात आले. त्यानी राम मोहनना पत्र लिहून कळविले,

'–आपली भाषाशैली प्रगल्भ आणि आकर्षक आहे. विचारांची मांडणी तर्कसंगत आणि इतकी परिणामकारक आहे की, त्या पुस्तकावर तुमचे नाव लेखक म्हणून नसते, तर एखाद्या ख्यातनाम इंग्रजी लेखकानेच ते लिहिले आहे असे मला वाटले असते.'

डिग्बीसाहेबांच्या सहवासात इंग्लंडमधून येणारी काही वृत्तपत्रे, मासिके व रिपोर्टस् राम मोहनना वाचायला मिळाले. युरोपमध्ये, विशेषतः इंग्लंडमध्ये त्या काळी काय चालले आहे आणि त्या दृष्टीने आपल्या भारतीयांची सामाजिक स्थिती कशी आहे हे जाणणारे त्या वेळी अखिल भारतात एकटे राम मोहन रायच असावेत.

अनेक ख्रिस्ती मिशनऱ्यांच्याबरोबर राम मोहननी चर्चा केली आणि ख्रिस्त म्हणजे देवपुत्र म्हणून तो अनुयायांचा त्राता, चमत्कारांनी भरलेले त्याचे जीवन इत्यादी गोष्टीवर राम मोहननी आपल्या प्रखर बुद्धिवादातून टीकेचे काहूर उठविले. राम मोहनची ही टीका कंपनीतील अधिकाऱ्यांकडून इंग्लंडपर्यंत गेली आणि तेथील सुधारकांच्या मनात राम मोहन रायांसंबंधी एक कुतूहल निर्माण झाले.

फावल्या वेळात वेदांताचे इंग्रजीत आणि बंगालीत भाषांतर करण्याचा सपाटा राम मोहननी सुरू केला. डिग्बीसाहेबांच्या सहकार्याने वेदांताचे इंग्रजी भाषांतर खास इंग्रजी लोकांसाठी म्हणून त्यांना तयार करावयाचे होते. परंतु मधेच डिग्बीसाहेब कंपनी सरकारची नोकरी सोडून इंग्लंडला परत गेले आणि राम मोहननाही मग नोकरीत रस वाटेना. त्यांनी कंपनी सरकारकडे आपल्या नोकरीचा राजीनामा पाठवून दिला.

***

नोकरीच्या सात-आठ वर्षांच्या काळात त्यांनी प्रतिष्ठेबरोबर बराच पैसाही मिळविला होता.

त्यांना घरची आठवण झाली. रमाकांतबाबूंचे निधन झाले होते. फुलठकुरानी राधानगर सोडून लांगूरपाऱ्यास जाऊन राहिल्या होत्या. राम मोहननी विचार केला की, लांगूरपाऱ्यास जावे आणि आईबरोबर राहावे.

लांगूरपाऱ्याला आल्यावर काही काळ आई-मुलाचे जीवन आनंदात आणि समाधानात गेले. परंतु राम मोहनांचा बंडखोर स्वभाव त्यांना स्वस्थ बसू देत नव्हता.

त्यांनी एक फारसी पुस्तक लिहिले. त्याचे नाव 'तुहफत् उल् मुबाहिद्दीन'. या छोट्याशा पुस्तकातून त्यानी आपले धर्मसुधारणेचे विचार परखडपणे मांडले होते. या पुस्तकाच्या वाचनाने शास्त्रीपंडितच चिडले असे नव्हे, तर मुल्ला मौलवीसुद्धा खवळून गेले. त्यांनी राम मोहनना त्रास देण्याची अभिनव आघाडी उघडली. ते रस्त्यावर त्याना उघडउघड शिव्या देऊ लागले. चिमण्या-कावळे मारून त्यांच्या घरात टाकू लागले. त्यांना जीवे मारण्याच्या धमक्याही देऊ लागले.

या परिस्थितीमुळे फुलठकुरानी पार घाबरून गेल्या. त्यांनी आपल्या लाडक्या राम मोहनला सांगितले, "बाबा रे, तुझे विचार जरी मला आता पटू लागले आहेत, तरी या शास्त्रीपंडितांनी निर्माण केलेल्या वादळापासून तू माझी सुटका कर. तू कुठं तरी दूर जाऊन

राहा. शेतीवाडीचा तुझ्या वाट्याचा येणारा वसूल मी तुला वक्तशीर आणि वेळेवर पाठवीन.''

राम मोहन जरी या निंद्य व भ्याड प्रतिकाराने डगमगले नव्हते, तरी आईच्या आग्रहास्तव त्यांनी रघुनाथपुरात राहण्याचे ठरविले. तिथे त्यांनी एक टुमदार घर बांधले, दारावर जणू घराचे नाव असल्यासारखी एक पाटी तयार करवून लावली. त्यावर लिहिले होते,

।। ॐ तत्सत् एकमेवाद्वितीयम् ।।

घरी एकाग्र मनाने व विविध धर्मांचा सखोल अभ्यास करीत असता राम मोहनांच्या जीवनाला अपूर्व अशी कलाटणी देणारा एक विलक्षण प्रसंग घडून आला.

राधानगराला त्यांचे वडील बंधू जगमोहनबाबू निधन पावले होते. भाभी आलोकमंजिरीदेवी सती जाण्यास तयार झाल्या होत्या. ही बातमी समजताच राम मोहननी ताबडतोब राधानगराला धाव घेतली. तिथे भयंकर प्रकार चालू होता.

साऱ्या राधानगरात एकच हलकल्लोळ माजला होता. जगमोहनबाबू एक मोठे जमीनदार, त्यात उच्चवर्णीय. त्यांचे निधन झाले. बाबूजींच्या सप्तसोपी वाड्याकडे रयतांची रीघ लागली. नातेवाईक गोळा झाले. धर्मपंडितांनी बोलावणे जाण्याआधीच हजेरी लावली. सर्वांना दया आली देवीजींची– आलोकमंजिरींची. रडून रडून देवीजींचा कंठ सुकला होता. त्या वरचेवर म्हणत होत्या, ''पतिदेव, मी तुमची असताना मागे सोडून का गेलात? तुमच्यावाचून जगणं आता मला शक्य नाही.''

लोक पुढील व्यवस्थेला लागले. कोणी सतीची तयारी करू लागले. कोणी सतीला मंत्र सांगू लागले. पतीच्या निष्प्राण देहाकडे एकटक पाहू लागल्या. इतर स्त्रिया त्यांचे सांत्वन करीत होत्या.

कोणी शंका घेतली की छोटे बाबूजी– राम मोहनबाबू येणार आहेत का? त्यांच्यासाठी थांबायचे का? कुळाशीलाचे एक तपस्वी उद्‌गारले, ''त्या पाखंड्याची वाट पाहणं नको. ज्याला आपल्या सनातन धर्माचा अभिमान नाही, कुळाचाराची चाड नाही, त्याला मोठ्या बंधूंबद्दल काय वाटणार?''

अंत्ययात्रा स्मशानात आली. सतीला वाजतगाजत मिरवीत आणले गेले. पांढरी शुभ्र साडी तिला नेसवली होती. केस मोकळे सोडले होते. चमकणारा अखेरचा सिंदूर भांगात भरला होता. शून्य नजरेने ती नाकासमोर पाहत होती.

चिता रचली गेली. बाबूजींचा निष्प्राण देह चितेवर ठेवला गेला. प्रेताच्या पायथ्याशी

सतीला मांडी घालून बसविण्यात आले. आता भडाग्नी देण्यात येणार, इतक्यात–

''भाभी! भाभी!'' अशी आर्त आरोळी ठोकीत राम मोहनबाबू तीरासारखे गर्दीतून पुढे आले. या पाखंड्याची पीडा इथे कशाला आली, असे धर्मपंडितांना वाटले.

छोटे बाबूजी चितेजवळ गेले. सती जाणाऱ्या भाभींचा हात पकडून त्यानी त्यांना खाली खेचले. भाभींना त्यांनी विनविले, ''भाभीजी, मी तुम्हाला मरू देणार नाही''

''छे! छे! देवरजी, मला गेलंच पाहिजे. ते धर्मकृत्य आहे. पुण्याईचंच काम आहे ते.'' भाभी निर्विकारपणे उत्तरल्या.

''नाही, खोटं आहे ते. मेलेला माणूस जिवंत माणसाला बरोबर नेऊ शकत नाही. तो खोटा धर्म आहे. स्वार्थी शास्त्रीपंडितांनी–''

''पण मी जगून काय करू? या जगात आता माझं काय उरलं आहे?''

''असं कसं भाभी? स्वतःसाठी जगा. सतीची क्रूर प्रथा नष्ट करण्यासाठी जगा. विधवांना दिलासा देण्यासाठी जगा. जीवन फुकट मरण्यासाठी नसतं. प्रत्येक जण समाजाचं काही देणं लागतो.''

''नाही, देवरजी नाही. तुमचं पांडित्य मला कळत नाही. मला सती गेलंच पाहिजे. घाबरून जिवंत राहून मी धर्मद्रोह करणार नाही. अधमा, कुलटा म्हणवून घेणार नाही. माझा मार्ग तुम्ही रोखू नका. माझे पतिदेव माझी वाट पाहत आहेत. मी गेले नाही तर ते–''

''भाभीजी!'' अशी एकच आर्त हाक मारून आपला चेहरा राम मोहनबाबूंनी हातांनी झाकून घेतला. धर्ममार्तंडांनी धक्के मारून त्याना दूर नेले.

सतीला पुन्हा चितेवर चढविण्यात आले. चितेला भडाग्नी देण्यात आला. अंत्ययात्रिकांकडून ललकाऱ्या उठल्या,

– पतिव्रतेचा विजय असो!

– हिंदू धर्माचा विजय असो!

– सहगमन सतीचा जयजयकार असो!

एक वृद्ध प्रकांडपंडित ओरडले,

– पाखंड्याचा धिक्कार असो!

पण का कुणास ठाऊक, या आरोळीला कोणीच साथ दिली नाही.

वाळलेली लाकडे धडधडू लागली. अग्नीच्या ज्वाला आकाशाला भिडल्या. सर्व धीरगंभीर झाले. निःस्तब्ध शांतता पसरली. इतक्यात सर्वांच्या कानी ध्वनी आला,

''ही आग माझ्याच्यानं सहन होत नाही. मला वाचवा! मला वाचवा!''

दूर जाऊन बसलेल्या छोट्या बाबूजींनी ओळखले, की दीन होऊन भाभीजी प्राणांची भीक मागत आहेत.

''भाभीजींना वाचवा, भाभीजींना वाचवा.'' असा एकच ओरडा छोट्या बाबूजींनी केला. पण त्याना पंडितांनी इतके घट्ट पकडून ठेवले, की ते स्वतःची सुटकाच करून घेऊ शकले नाहीत.

विधवेचा आवाज बंद करण्यासाठी धर्ममार्तंडांनी तिला बांबूने चितेत दाबण्याचा प्रयत्न केला, पण आवाज बंद झाला नाही. तो बंद होण्यासाठी ढोलकी बडविण्यात आली. नगारे वाजविण्यात आले.

पतिव्रतेचे गोडवे गात जनसमुदाय घरोघरी परतला. छोट्या बाबूजींना त्यांनी तिथेच सोडून दिले. स्वतःला सावरून बाबूजी चितेपुढे गेले. चितेपुढे हात जोडून दाटलेल्या

कंठाने ते म्हणाले,

"भाभीजी, काय केलंत हे? आजवर पाठच्या भावाप्रमाणं माया केलीत. सारे हट्ट पुरविलेत; मग आजच का रागावलात? केवढ्या आशेनं मी तुमच्याकडे आलो होतो! केवढी मदत माझ्या कार्यात झाली असती? पण तुम्ही तरी काय कराल? एका बाजूला अज्ञान, दुसऱ्या बाजूला दुष्ट रूढी. नाहक बळी जाण्यापलीकडे तुम्ही अबला तरी काय करणार? हे बलिदान नव्हे, भाभी, हा खून आहे. हे धर्मकृत्य नव्हे, हा अधार्मिक अत्याचार आहे! छे! छे! भाभी, हा तुमचा लाडका देवरजी स्वस्थ बसणार नाही. तुमच्या आणि भाईच्या रक्षेची शपथ घेऊन सांगतो की, मी हा नारीबली थांबवीन. कारण ते थांबलंच पाहिजे. पवित्र स्त्री जातीची क्रूर थट्टा रोखली गेलीच पाहिजे. माझ्या जीवनाची इतिकर्तव्यता अग्रक्रमाने आता यातच. आता माघार घेणे नाही. प्रार्थना इतकीच की, भाभीजी, हे बळ मला द्या."

वडीलबंधू जगजीवनबाबू व आलोकमंजिरीदेवी यांच्या चितेला प्रणाम करून कृतनिश्चयी होऊन छोटे बाबूजी– राजा राम मोहन राय परतले.

हताश होऊन राम मोहन परतले. पण मनाशी त्यानी एक निश्चय कायम केला, 'सती जाण्याची ही अमानुष चाल मी बंद करीनच करीन.'

या भयानक प्रसंगामुळे राम मोहन अंतर्बाह्य उजळून निघाले. ते अधिक गंभीर आणि चिंतनशील झाले. त्यानी ठरविले.

–प्राणाची पर्वा न करता सारे आयुष्य समाजसुधारणेसाठी, गोरगरिबांच्या उन्नतीसाठी, बहुजन समाजाच्या समतेसाठी, अखिल हिंदूंत समभाव निर्माण करण्यासाठी खर्च करायचे. कलकत्ता हे आपले कार्यकेंद्र करण्याचा त्यानी निर्णय घेतला. कंपनी सरकारच्या नोकरीमुळे राम मोहन रायांचा अनेक इंग्रजी आणि देशी अधिकाऱ्यांशी परिचय झाला होता. सुधारणाप्रिय तरुणांबरोबर उदारमतवादी इंग्रज सरकारही आपणास पाठिंबा देईल, अशी त्यांना उमेद होती.

***

राम मोहनन्नी कलकत्त्यात राहण्याचे ठरविले. त्यांच्या नावाचा बोलबाला बंगालभर झाला असल्यामुळे दहा हजार चौरस फुटांची जागा त्यांना मिळायला तसा फार वेळ लागला नाही. त्यांनी त्या जागेवर बंगलावजा एक सुरेख घर बांधले. सभेसाठी व

प्रार्थनेसाठी घराला लागूनच एक छोटा हॉल त्यांनी बांधला.

समविचाराच्या मित्रांना ते त्या ठिकाणी बोलावू लागले. सत्यधर्मांवर प्रवचने देऊन प्रार्थनांचे कार्यक्रम करू लागले.

कलकत्त्यामध्ये रे. ॲमट, लॉर्ड मेकॉले, सर हाइड ईस्ट इत्यादी विद्वानांशी त्यांचा परिचय झाला. त्यांच्याशी ते विचारविनिमय करू लागले. राम मोहनांच्या विद्वत्तेचे, बुद्धिनिष्ठेचे, वादविवादपटुत्वाचे, आवाहनात्मक विचारमांडणीचे साऱ्यांना मोठे कौतुक वाटले.

तीन गोष्टींवर राम मोहनांनी आपले लक्ष केंद्रित केले होते. मूर्तिपूजा, अनिष्ट आचार आणि सतीची चाल. सतीच्या चालीला त्यांनी अग्रक्रम दिला.

पती निधन पावल्यानंतर त्याच्याबरोबर त्याच्या पत्नीने सती जावे, ही रूढी हिंदू धर्मात पुरातन कालापासून चालत आली होती. यामध्ये स्त्रियांची इच्छा-अनिच्छा विचारात घेतली जात नसे. स्त्रियांची दिशाभूल करायची, विरोध केल्यास त्यांना भांगेसारखे गुंगीचे पेय पाजायचे आणि पतीच्या सरणावर सतीला जिवंत जाळून मोठी दक्षिणा उपटायची, अशी प्रथा पडली होती.

राम मोहननी वेदांताचे बंगालीत भाषांतर केले; आणि या पुस्तकाच्या शेकडो प्रती ब्राह्मणांपासून दलित वर्गापर्यंत अनेकांना मोफत वाटल्या. त्यांनी कठ, मंडूक, ईश इत्यादी उपनिषदांची बंगालीत भाषांतरे करून सर्व थरांतील लोकांना वाटली. त्यांनी ठिकठिकाणी सभा घेतल्या. त्यांनी बंगालीबाबूंना आवर्जून सांगितले की, सतीला आणि मूर्तिपूजेला सत्यधर्मात आधार नाही.

ख्रिस्ती मिशनऱ्यांबरोबर राम मोहननी सतीच्या चालीची भयानकता आणि क्रूरपणा सांगून करून त्यांनी आपल्या कार्यात मदत करावी, असे सुचविले. अनेक मिशनऱ्यांनी राम मोहनना मदतीची आश्वासने दिली.

राम मोहननी 'आत्मीयसभा' या नावाचे एक मंडळ स्थापन केले. या अभिनव मंडळाचे सभासद वाढविण्यास प्रारंभ केला.

अशी ही राम मोहनांची सुधारणावादी आघाडी सनातन धर्मपंडितांना चांगलीच झोंबली. त्यांनी मूर्तिपूजेच्या आणि सतीच्या चालीच्या रक्षणासाठी 'धर्मसभा' नावाचे प्रतिमंडळ काढले.

राम मोहननी आपल्या विचारांच्या प्रचारासाठी 'कौमुदी' साप्ताहिकातून लिहिण्यास प्रारंभ करताच सनातनी मंडळींना 'ज्ञानचंद्रिका', 'वेदान्तचंद्रिका' अशी वृत्तपत्रे काढून तथाकथित हिंदू धर्माच्या रक्षणासाठी धाव घेतली.

त्यांनी मद्रासमधून शंकरशास्त्री व सुब्रह्मण्यम शास्त्री यांना पाचारण केले. त्यांनी समोरासमोर राम मोहनांबरोबर सर्वांगीण चर्चा केली. अनेक मुद्द्यांवर वादविवाद केले. पूर्वपक्ष उत्तरपक्ष केले. पण अखेर त्यांना राम मोहन रायांपुढे माघार घ्यावी लागली. वेदांत आणि उपनिषदांत मूर्तिपूजेला व सतीच्या चालीस आधार आहे, हे कोणीच सिद्ध करू शकले नाही. अखेर राम मोहननी त्यांना बजावले, ''मूळ धर्मसिंधू आधी वाचा.''

या चर्चेचा तत्कालीन सरकारी अधिकाऱ्यांवर फारच चांगला परिणाम झाला. असंख्य सह्यांनिशी राम मोहननी कायदेमंडळाचे दार ठोठावून ४ डिसेंबर, १८२९ रोजी सती जाण्यावर बंदी घालणारा कायदा पास करून घेतला. पटत असूनही लोकमताच्या भीतीने इंग्रज अधिकाऱ्यांनी प्रथम दाद दिली नाही. परंतु सर विल्यम बेंटिंगसारखा उदारमतवादी गव्हर्नर जनरल भारतात येताच त्याने सतीची दुष्ट चाल बंद करून टाकली.

आपल्या परिश्रमांचे चीज झाले, असे राम मोहनना प्रथम वाटले. परंतु सुधारणा कायद्याने होत नसतात, तर त्याला लोकमताची व लोकांच्या आचाराची जरुरी असते. कायदा पुस्तकात राहिला. इकडे खेडोपाडी स्त्रियांवर सती जाण्याची सक्ती होतच राहिली.

कौमुदी
संवाद कौमुदी
मिकच अल् अखबार

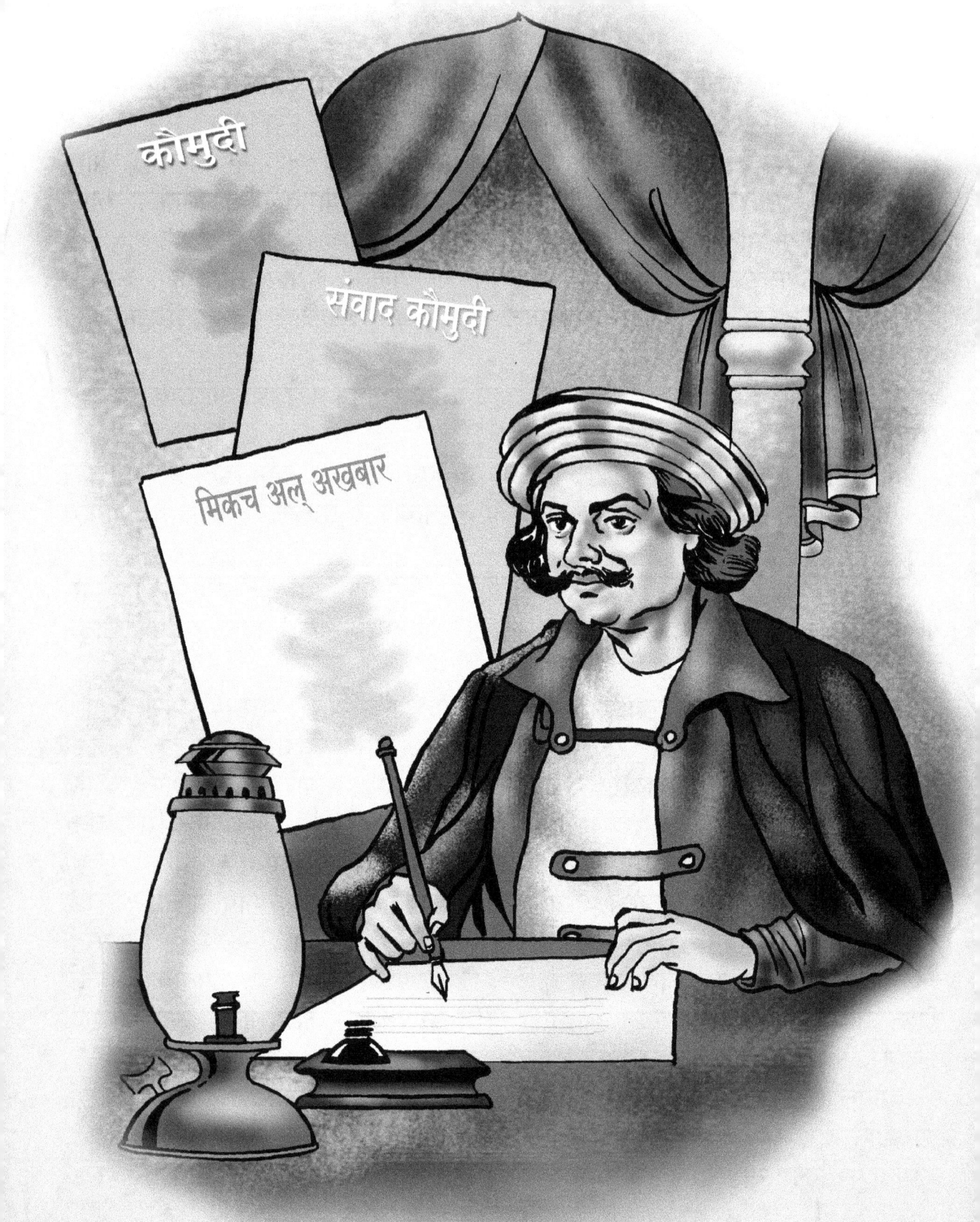

सनातनी लोकांनी ब्रिटिश पार्लमेंटपुढे आपली कैफियत मांडली. तिथे त्यांना पराभव पत्करावा लागला. पुढे इंग्रज सरकार हळूहळू या कायद्याची अंमलबजावणी कठोरपणे करू लागले आणि मग सनातन्यांना मूग गिळून गप्प बसावे लागले.

तरीही राम मोहनना शास्त्रीपंडितांनी अन्य मार्गाने विरोध करण्याचे ठरविले. त्यांच्या सभा उधळून टाकाव्यात, त्याना मारण्याची धमकी द्यावी; पण असल्या कुठल्याच कृतीने राम मोहन डगमगले नाहीत. सावधपणे प्रसंगावधान राखून त्यानी आपले कार्य जोमाने पुढे रेटले.

ख्रिस्ती मिशनऱ्यांबरोबर राम मोहनांच्या अनेक चर्चा होत. ख्रिश्चन धर्मातील बायबलला मान्य नसलेल्या रूढींवर त्यानी हल्ला चढविला. 'येशूचे चार संदेश' या नावाचे त्यांनी इंग्रजीत एक पुस्तक तयार केले. 'ख्रिस्ती लोकांस विनंती' नावाची त्यानी छोटी-छोटी चार पुस्तके प्रसिद्ध केली. यांतील विचारसरणीमुळे राम मोहनांची कीर्ती भारताबाहेर इंग्लंड-युरोपात पसरण्यास मदत झाली. कारण ख्रिस्ती धर्मोपदेशक भारत-युरोप, युरोप-भारत असा वरचेवर प्रवास करीत होते. राम मोहनांच्या विचारधारेप्रमाणे ख्रिस्ती धर्माचे संशोधन झाले पाहिजे, असे काहींना वाटे. ते त्या बाबतीत राम मोहनांचा सल्ला नित्य घेऊ लागले.

सतीची चाल बंद करण्याच्या व्यापात राम मोहन गुंतले असताना भारतीय नारी अनेक बंधनांनी जखडली आहे, असे राम मोहनांच्या दृष्टोत्पत्तीस आले.

एक पुरुष अनेक बायका करू शकतो. पतीच्या मालमत्तेवर पत्नी अधिकार सांगू शकत नाही. स्त्रीला चूल आणि मूल यांतच अडकवून ठेवण्यात आले आहे. शिक्षणापासून तिला दूरच ठेवण्यात आले आहे, त्यांना असेही दिसून आले की, केवळ स्त्रियांनाच नव्हे तर, पुरुषांनासुद्धा नवीन पद्धतीचे शिक्षण देण्याची जरुरी आहे. असे झाले म्हणजे शिक्षित पुरुष स्त्रियांकडे सहानुभूतीने आणि उदारतेने पाहतील आणि अशा प्रकारे स्त्रीमुक्ती चळवळीची बैठक आपोआप तयार होईल.

–म्हणून आता आपल्या देशाच्या शिक्षणाच्या भवितव्याचा राम मोहननी सखोल अभ्यास सुरू केला.

***

सकस अन्नावाचून जसे शरीराचे पोषण होत नाही, तसे योग्य शिक्षणाशिवाय मनाचे पोषण होत नाही, हे राम मोहनना पटले होते. अज्ञानी भारतीय समाजाला शिक्षणानेच जाग

आणि जाण येईल या श्रद्धेने राम मोहन शिक्षणशास्त्राचे वाचन आणि चिंतन करू लागले. युरोपातल्या उत्क्रांतीची चाहूल त्यांना लागली. त्यांनी १८१५ मध्ये नवशिक्षणाच्या दृष्टीने कलकत्त्यात 'हिंदू कॉलेज' नावाची संस्था सुरू केली. पाश्चात्त्य शिक्षणाचे ते कट्टर पुरस्कर्ते होते. आधुनिक ज्ञानाची गंगोत्री जी इंग्रजी भाषा ती भारतीयांना आली पाहिजे, असे त्यांना मनोमन वाटे. संस्कृत, फारसी, अरबी इत्यादी भाषांचा अभ्यास म्हणजे ज्ञान नव्हे. जगाचा इतिहास, जगाचा भूगोल, गणित, विज्ञान, जीवशास्त्र वगैरे शास्त्रे यांचा अभ्यास केल्यानेच भारतीय समाज बलवान होईल आणि केवळ ज्ञानाच्या जोरावरच सामाजिक समता आणता येईल, याची त्यांना खात्री होती. त्यानी कंपनी सरकारला सुचविले की, हा नवा अभ्यासक्रम राबविण्यासाठी युरोपातील तज्ज्ञ शिक्षक वर्ग भारतात आणावा.

आपल्या शैक्षणिक विचाराचा पुरस्कार करण्यासाठी राम मोहन रायनी स्वखर्चाने काही शाळा सुरू केल्या. सत्यधर्माची कल्पना येण्यासाठी त्यानी एक वेदांत कॉलेजही सुरू केले. सरकारजवळ अनुदानाच्या पोटी एक लाखाची रक्कम शिल्लक होती. ती आपल्या संस्थांना मिळावी, असा त्यांनी आग्रह धरला आणि अखेर अनुदान मिळविलेही.

ईस्ट इंडिया कंपनीने हळूहळू सारा भारत राजकीयदृष्ट्या आपल्या आधिपत्याखाली आणला होता. राम मोहनांच्या नजरेतून ही गोष्ट सुटली नाही. राजकीय सुधारणा प्रथम की, सामाजिक सुधारणा प्रथम याविषयी, समाज सुधारल्याशिवाय राजकारण व्यर्थ होय, अशी त्यांची धारणा होती. तरी त्यांनी राजकीय अन्यायाविरुद्ध आवाज उठविला.

'संवाद कौमुदी' आणि 'मिकच अल् अखबार' अशी दोन नियतकालिके काढून इंग्रजी सत्तेचा भारतीय जनतेवरील अन्याय त्यानी वेशीला टांगला. 'कलकत्ता जर्नल'च्या जामीनकी प्रकरणात त्यांनी पार्लमेंटपर्यंत तक्रार केली. तसेच एका जातीच्या खटल्यात दुसऱ्या जातीचे ज्यूरी चालत नाहीत, याबद्दल त्यांनी प्रखर लढा दिला आणि जातीजातीत तेढ निर्माण करणारा हा नियम सरकारला रद्द करणे भाग पाडले. अशा अनेक प्रसंगी त्यांनी आपली बेडर आणि झुंजार वृत्ती सरकारला दाखवून दिली.

अशा प्रकारे सामाजिक आणि राजकीय कार्य करीत असताना बंगाली भाषेच्या धेडगुजरी स्वरूपाकडे त्यांचे लक्ष गेले. त्यांनी सुबोध गद्य बंगालीत लिहायला प्रारंभ केला. विद्यार्थी वर्गाकरिता त्यांनी बंगाली व्याकरण तयार केले. इतिहास, भूगोलाची पुस्तके तयार केली. राम मोहनांची बंगालीतील गोड गीते पुढे रवींद्रनाथांनाही प्रेरक ठरल्याचे त्यांनी मान्य केले आहे.

आजही राम मोहन रायना बंगाली गद्याचे जनक म्हणून संबोधण्यात येते.

***

राम मोहनांच्या कलकत्त्याच्या घरी त्यांच्या विचाराचे अनेक स्नेही प्रार्थनेसाठी व प्रवचनासाठी जमत. सर्वानुमते एक मंडळ काढून एक कार्यक्रम आखून तो राबवावा असे ठरले. अर्थात ही सर्व कामगिरी राम मोहनांकडेच आली.

त्यांनी या मंडळास 'ब्राह्मोसमाज' असे नाव दिले. या मंडळाची सभासद संख्या वाढवावी, दर शनिवारी सर्वांनी एकत्र जमावे, वेदोपनिषदांचे वाचन करावे, ब्रह्मसंगीताचा सराव करावा, एकाच ईश्वराची उपासना करावी, सभासदत्व सर्व धर्मीयांना खुले असावे, असे ठरविण्यात आले.

ब्राह्मोसमाजाचा हा कार्यक्रम दर शनिवारी मोठ्या उत्साहाने चालत असे. सभासदसंख्या वाढू लागली. ख्रिस्ती धर्मोपदेशकसुद्धा त्यात भाग घेऊ लागले.

असेच एकदा एक मिशनरी राम मोहनना म्हणाले,

''तुमच्या ब्राह्मोसमाजाच्या या कार्यक्रमामुळे मला मोठी मनःशांती मिळते.''

''मग सभासद वाढवा.''

''जरूर.''

''सत्यधर्माचा हा संदेश सर्व थरांतल्या लोकांपर्यंत पोचायला हवा.''

''मुसलमान, जैन, हरिजन यांनीही यात सामील व्हायला हरकत नाही.''

''माझा तर तोच उद्देश आहे.''

''राम मोहन, मला असं वाटतं की–''

''काय वाटतं तुम्हाला?''

''तुम्ही इंग्लंडला जाऊन, युरोपची सफर करावी आणि हे तुमचे विचार त्या लोकांना सांगावेत. माझी खात्री आहे की, ते लोक तुम्हाला डोक्यावर घेतील.''

''पण एवढ्या प्रवासाला खूप पैसा लागतो. विलायतला जाण्याची मला दोनदा इच्छा झाली; पण योग जुळून आला नाही. एकदा माताजींचं निधन झालं, तर दुसऱ्यांदा नातेवाइकांच्या खटल्यात अडकलो.''

''आम्ही आमच्यातर्फे थोडीफार आर्थिक मदत तुम्हाला करू.''

''जसा योग असेल तसं होईल.''

चार दिवसांतच दिल्लीचे पदच्युत मोगल बादशहा अकबर यांचे राम मोहन रायना बोलावणे आले. बादशहा म्हणाले,

''राम मोहनजी, मी तुमची कीर्ती ऐकली आहे. माझी एक कामगिरी कराल का?''

“होण्यासारखी असेल, तर अवश्य करीन.”

“या धूर्त इंग्रजांनी आमचं राज्य तर बळकावलंच, पण ठरलेली तनख्याची रक्कम देण्याचीसुद्धा ते कटकट करीत आहेत. इंग्लंडला जाऊन तुम्ही माझी बाजू पार्लमेंटपुढे मांडा. कंपनी सरकारच्या अन्यायाला पार्लमेंट मान्यता मुळीच देणार नाही असं मला वाटतं.”

“मी केव्हा निघण्याची गरज आहे?”

“अगदी ताबडतोब, वेळ कशासाठी दवडायचा?”

“ठीक आहे.”

“तुमच्या सर्व खर्चाची मी तरतूद करतो, त्याची काळजी करू नका.”

दुसऱ्या दिवशी अकबर बादशहानी राम मोहन राय यांच्या सन्मानार्थ दरबार भरविला. भर दरबारात स्वतः उभे राहून बादशहानी त्यांना ‘राजा’ हा बहुमानाचा किताब बहाल केला आणि मानाच्या पोषाखासह खर्चाची थैली त्यांच्या स्वाधीन केली. बादशहा उद्गारले,

“राम मोहनजी, आजपासून आपण राजा राम मोहन राय झाला आहात. आपण यशस्वी होऊन या.”

ब्राह्मो समाजाच्या आपल्या सभासदांना न चुकता बैठका घेण्याचे आवाहन करून १८३०च्या नोव्हेंबर महिन्यात कंपनी सरकारच्या विरोधास न जुमानता राजा राम मोहन रायनी इंग्लंडला प्रयाण केले. प्रवास मोठा खडतर व गैरसोयीचा होता. परदेशपर्यटन निषिद्ध मानले जात होते. तरी सर्व निंदेकडे त्यांनी दुर्लक्ष केले. ते जेव्हा लिव्हरपूलला पोहोचले, तेव्हा तेथे त्यांचे अभूतपूर्व स्वागत झाले. पुढे ठिकठिकाणी लोक त्यांच्या दर्शनाला गर्दी करू लागले. त्यांचे प्रार्थनेचे कार्यक्रम यशस्वी होऊ लागले. त्यांच्या व्याख्यानांच्या वेळी श्रोते मंत्रमुग्ध होत असत. त्यांना अनेक ठिकाणांहून मेजवान्यांना आमंत्रणे येऊ लागली. इंग्लंडचा बादशहा चौथा जॉर्ज याने राजा राम मोहन राय याना बकिंगहॅम राजवाड्यात बोलावून त्यांचा बहुमान केला.

नंतर राजा राम मोहननी स्वतःशी विचार केला की, मला हे स्वागत समारंभ आवरते घेतलेच पाहिजेत. बादशहा अकबर यांच्या तक्रारीवर दाद मागण्यासाठी मी आलो आहे. तसेच पार्लमेंटला सतीच्या चालीची भयानकता पटवून देण्यासाठी व कंपनी सरकारने केलेल्या सतीबंदीच्या कायद्यावर कायमचे शिक्कामोर्तब मला करून घ्यावयाचे आहे.

या दोन्ही गोष्टींसाठी राजा राम मोहननी प्रयत्नांची पराकाष्ठा केली. पार्लमेंटने सतीबंदी कायदा कायम केला. पण बादशहांच्या तक्रारीची फारशी दखल पार्लमेंटने घेतली नाही.

बादशहाच्या मागणीइतका नसला, तरी काही प्रमाणात म्हणजे तीन लाखांपर्यंत तनखा वाढविण्यास हरकत नाही, अशी जोरदार शिफारस केली. तसेच कंपनी सरकारच्या हिंदुस्थानातील कारभारावर मधूनमधून लक्ष देण्याची आवश्यकता आहे, असा शेरा पार्लमेंटने मारला.

आपली कामगिरी पार पाडण्यासाठी अपेक्षेपेक्षा अधिक काळ राजा राम मोहनना इंग्लंडला राहावे लागले. त्यांची प्रकृती बिघडली. ते कर्जबाजारी झाले. शारीरिक आणि मानसिक यातनांचा परिणाम त्यांच्या मेंदूवर झाला. त्यांच्या मित्रांनी तज्ज्ञ डॉक्टरांकडून त्यांच्यावर उपचार करविले. पण राजा राम मोहनांची प्रकृती सुधारण्याऐवजी अधिकच बिघडत गेली. आणि अखेर,

– २७ सप्टेंबर, १८३३ रोजी ब्रिस्टल शहरी त्यांचे दुःखद निधन झाले.

त्यांच्या निधनाने इंग्लंडमध्ये बादशहापासून ते मजुरांपर्यंत सारे हळहळले. पार्लमेंटने त्याना श्रद्धांजली वाहिली.

भारतात दिल्लीच्या बादशहापासून ते कलकत्त्यातील शाळकरी पोरांपर्यंत सारे दुःखी झाले. आपल्या उद्धारकर्त्याच्या निधनाने बंगालच्या भगिनींना मनापासून वाईट वाटले.

उत्तर हिंदुस्थानात त्यांना श्रद्धांजली वाहताना लावलेली विशेषणे–

–पट्टीचा पंडित, हाडाचा लढवय्या, सत्यधर्माचा संशोधक, नारींचा त्राता, थोर नेता, श्रमलक्ष्मीचा अखंड उपासक, नव बंगालीचा उद्घाता, कट्टर सुधारक, विचाराला प्रत्यक्षात आणणारा, सर्व धर्मांबद्दल आदर बाळगणारा, सर्व धर्मीयांचे प्रेम संपादन करणारा, वंगपुत्र, महामानव राजा राम मोहन राय.

ही सर्व विशेषणे किती सार्थ होती!

पुढे दहा वर्षांनी द्वारकानाथ ठाकुरांनी राजा राम मोहन राय यांच्या अस्थी 'आर्नोजव्हेल' या स्मशानभूमीत आणून त्यावर एक सुंदर समाधी बांधली.

आजही हिंदुस्थानातील लोक जेव्हा जेव्हा इंग्लंडला जातात, तेव्हा तेव्हा आपल्या इंग्रज मित्रांसमवेत त्या समाधीचे दर्शन घेऊन पावन होतात.

***

राजा राम मोहन राय यांच्या राहत्या वास्तूचे आजचे चित्र

सतीच्या चालीचे भयावह वास्तव दाखवणारे चित्र

राजा राम मोहन राय यांचे ब्रिस्टल येथील स्मारक

राजा राम मोहन राय यांचे 'ब्रिस्टल' मधील स्मृतीस्थळ